# கண்ணாடி கனவுகள்

வர்ஷினி ரவி (தமிழி)



ஏலே பதிப்பகம்

ISBN : 978-93-5533-080-2
Page : 41

●

உண்மை இருக்கும் இடத்தில்
பிடிவாதம் இருக்கும் !!!
நேர்மை இருக்கும் இடத்தில்
நல்ல நடத்தை இருக்கும் !!!
அதிக அன்பு இருக்கும் இடத்தில்
கோபம் இருக்கும் !!!

●

எதிர்பார்ப்புகள் இல்லாமல்
வாழ கற்று கொள்கிறேன்
ஏமாற்றங்களை சந்தித்த பின்பு ...

●

கட்டுப்பாடின்றி கட்டித்தழுவும்
காமமில்லா காதலை கண
நேரம் உன்னுடன்
காண வேண்டுமடா...

எந்த உறவாக இருந்தாலும் அதில்
உண்மையான பாசம்
இருந்தால் மட்டுமே
நீ விலகி நின்றாலும்
அது உன்னை
விரும்பிவரும் ...

எழுதுகோல் வாழ்க்கையை உயர்ந்த
இடத்திற்கும் கொண்டு செல்லும் தாழ்ந்த
நிலைக்கும் கொண்டு செல்லும்
அது நாம் எழுதும் முறையில் உள்ளது.

என்னை இழந்ததற்கு
நீதான் வருந்த வேண்டும் ...
நான் இழந்தது என்னை பிடிக்காத உன்னை
ஆனால் நீ இழந்தது உன்னையே
உலகம் என்றிருந்த என்னை ...

●

என் பாசத்தேடலில்
யான் பெற்ற யாருக்கும்
பகிர விரும்பாத 65 கிலோ
பொக்கிஷம் நீ...

●

காமமென்பது
இரு உடல்கள் இணைவதல்ல
இரு மனங்கள் இணைவது !!
உண்மையான காதல்
உடலில் தேவைக்குச் செல்லாது !!

அதற்காக உடல் வேண்டாமெனச் சொல்லாது !!
உடலை ஒரு பொருட்டாய் மதிக்காது !!
புணர்சியின் போது கூட
கண்களில் காமத்தை தேடாது,
காதலைத்தான் தேடும் !!
ஏன்னா காதலுக்கு அவ்வளவுதான் தெரியும் !!

●

நினைப்பது எதுவும் நடப்பதாய் இல்லை
இருந்தும் நினைப்பதை நிறுத்தவுமில்லை
இந்த பேதை மனம் - நினைத்து நினைத்து
தோற்றிடவே அதற்கு ஆசையோ ? ...

வாழ்வது எப்படி என்று
புலம்பாதே - காலையில் கூட்டிலிருந்து
புறப்படும் பறவைக்கு இரை கிடைக்கும்
இடம் தெரிந்தா பறக்கிறது ??

முயற்சி தான் வாழ்க்கை ...

நீ நொடிபொழுது
பார்த்து பேச ஆசைப்படும்
நபர் உன் அருகில் இல்லை என்றால் - கலங்காதே
நிலவிடம் கூறிவை கணநேரத்தில் நிலவின்
எதிரொலியால் நீ ஆசைப்படும் நபர்
உன் அருகில் இருப்பார்...

●

பிரச்சினைகளை
தூரத்தில் வைத்துப் பழகுங்கள்.
நிம்மதி பக்கத்திலேயே இருக்கும்...

●

நேரத்தை சரியாக பயன்படுத்தியவன்
தோற்பதும் இல்லை
வீணாக்கியவன் வென்றதும் இல்லை ...

●

*சிலரின் பிரிவுக்கு பிறகுதான்...*
*வாழ்வில் பல புரிதல்கள் கிடைக்கிறது...*

●

நீ விழும்போது
முதலில் உதவி செய்பவன்
ஏற்கனவே அந்த வலியை
உணர்ந்தவனாக இருப்பான்...

●

யாரை நீ வெறுத்தாலும்
உன்னை மட்டுமாவது நீ நேசிக்க கற்றுக்கொள்...
இந்த உலகில் மிகச் சிறந்த காதல்
உன்னை நீ நேசிப்பது மட்டுமே...

●

மனநோய் என்பது
மனதால் வருவதில்லை...
சில மனிதர்களால் வருகிறது...

●

பெண்மையை மதிக்கும்போதும்,
பெண்ணிடம் கண்ணியம் மீறாமல்,
அன்பை வெளிப்படுத்தும் போதுதான்
ஒரு ஆண் அழகானவன் என உணரப்படுகிறான்.

முழுதும் என்னுடன் பேசு
என்று கூறவில்லை ...
உன் குறுஞ்செய்திக்காக
காத்து கொண்டிருக்கும்
எனகாக சில நிமிடங்கள்
நேரம் ஒதுக்கினாலே போதுமானது ...

●

கடந்து வந்த அனைத்தும்
வெறும் பாதைகள் அல்ல ...
நம் வாழ்வில்
நாம் கற்றுக்கொண்ட பாடங்கள் ...

●

உருவத்தில் இருக்கும் அழகை விட
உள்ளத்தில் இருக்கும் அன்பு
என்றும் மேலானது ...

●

காதல் என்பது மனிதர்களை சார்ந்தது அல்ல
நல்ல மனங்களை சார்ந்தது ... )

●

தேடாமல் கிடைக்கும்
வரவுகளாக புதுப் புது கஷ்டங்கள் மட்டுமே
ஒவ்வொரு நாள் முடிவிலும்
மனதினில் சேர்த்து விடுகின்றன...

இரக்கம் இல்லா இதயத்தை
இறைவனிடம் கேட்கிறேன்
என் மனதை சிதைப்பவர்
மனதை நானும் சிதைத்திட ...

இன்றைய திருமண பொருத்தம் என்பது ... "
அழகா இருந்தா நல்ல பொண்ணு " " நிறைய
சம்பாதிச்சா நல்ல பையன் " இது தான்
பெற்றோரின் கண்ணோட்டம் .... !!

●

எந்நிலையிலும் யாருக்கும்
தாழ்ந்தவரில்லை
எப்போதும் உன்னை
நீ உயர்ந்தயிடத்திலேயே வைத்திரு....

●

என்னுள் உன்னை சுவைத்ததும்
மீண்டும் மீண்டும் தேடுதே
எந்தன் தனிமை நிமிடங்கள் . யாவுமே . !!
புத்துணர்ச்சி கிடைக்கும் ' என்ற ஆசையிலே ....

பெண் எளிதாக
யாரிடமும் எல்லாவற்றையும்
பகிர்வதில்லை ...
அப்படி பகிர்ந்து கொண்டால்
நீ ஒரு சிறந்த நண்பனாகவே இருப்பாய் ...

உடலால் வெல்வதை விட
மனதால் வென்று பாருங்கள்
வாழும் வாழ்க்கை சொர்க்கமாகும் ...

ஒரு பெண்ணின் சூழ்நிலைகளை
புரிந்து நேசிக்கும்
ஒரு ஆண் இறைவனுக்கு சமம்.. !!

●

அன்பிலும் அக்கறையிலும்
அளவோடு இருந்துவிட்டால்
காயமும் இல்லை....
கண்ணீரும் இல்லை...

●

நல்ல இதயங்களை பார்ப்பது கடினம் ...
நல்ல இதயங்களுடன் பேச அரிர்ஷடம் ...
நல்ல இதயத்துடன் நட்பு வைப்பது வரம் ...

●

அளவுக்கு அதிகமாக
அன்பை பிறரிடமிருந்து பெறவும் கூடாது ....
பிறருக்கு கொடுக்கவும் கூடாது ...
இரண்டுமே வேதனையைத் தான் தரும் ... !

பல காயங்களுக்கு கண்ணீர் மருந்து !
சில காயங்களுக்கு பிரிவு மருந்து !
எல்லா காயங்களுக்கும்
சிறந்த மருந்து அமைதி !

●

பிறப்பின் நொடிகள் என்றும் அழகானது..
அதை மீண்டும் காலத்தின்
நகர்வால் அடையும் போது
வாழ்த்துக்கள் மிகவும் அழகானது ...

●

காயங்கள் குணமாக காலம் காத்திரு ....
கனவுகள் நினைவாக காயம் பொறுத்திரு ....

●

உன்னால் முடியும் என்று
உன்னை ஊக்கப்படுத்தும்
மனிதர்களுடன் பழகு.
அவர்கள் தான் நீ விழும்போதெல்லாம்
உன்னை தாங்கி முன்னேற்றி செல்வார்கள்...

●

வாழ்க்கையில் பலர் வந்தாலும் சென்றாலும்
கடைசியில் கைப்பிடித்து நிற்ப்பது
என்னவோ நம்மை நேசித்த ஒருவர் தான்
நாம் நேசித்தவர் அல்ல ...